# காளி

ந. பிச்சமூர்த்தி

*Title: Kaali*

*Author: N. Pichamurthy*

*Language: Tamil*

*First Published on: 1946*

*Year of Publication: 2025*

*Book Format: Paperback*

*Page Size: 6inch * 9inch*

*Category: Fiction*

*Subject: Drama*

*No. of pages: 44*

*ISBN: 978-81-686323-5-6*

*Published by: Nilan Publishers, Madurai, Tamilnadu, India*

# பொருளடக்கம்

குறிப்புகளுக்காக

# முகவுரை

இந்த நாடகத்தைப் பற்றி ஒரு வார்த்தை. பன்னிரண்டு வருஷங்களுக்கு முந்தி இதை எழுதினேன்; அதுவும் படிப்பதற்காக. நான் விரும்பினால் கூட அதில் மறுபடி இன்று கை வைப்பதென்பது இயலாத காரியம்.

பொழுது போக்க விரும்பும் சோம்பேறிகளுக்காகப் பொழுது போகாத சோம்பேறிகள் எழுதுவதற்குப் பெயர் இலக்கியம் என்று பலர் நினைக்கிறார்கள். நான் அப்படி நினைப்பதில்லை. மனிதனை வளரச் செய்த சக்திகளில் முக்கியமானதொன்று மதம். இன்று மதத்திற்குக் கௌரவம் இல்லை. தற்கால மனிதனை உயர்த்தக் கூடிய சக்தி விஞ்ஞானம். ஆனால் அது அசுரத் தன்மை கொண்டதாய் இருக்கிறது. இந்த இரண்டு சக்திகளின் உண்மையான வேலையை வெற்றிகரமாக இலக்கியந்தான் செய்யக் கூடும். வருங்கால இலக்கியத்தின் வழியும் இதுவே.

திருத்தருப்பூண்டி.
*10-8-46*

**ந.பிச்சமூர்த்தி**

# காளி

## அங்கம் *1*

### காட்சி *1*

**இடம் :** சுடுகாட்டின் வெளிப்பக்கம்.

**காளிதாசன் :** வீரா, இங்கு வசிப்பதில் உனக்குப் பயம் திதில் ஒன்றும் இல்லையா?

**வீரன் :** என்ன பயமுங்க? பழக்கந்தான்; போணவாடை ஊறிப்போச்சு.

**காளிதாசன் :** குழந்தைகள், பெண்சாதி - இவர்களுக்கு?

**வீரன் :** அவுங்களுக்குந்தான். அந்தாலே பய கறுப்பனைப் பாருங்க; பொரியை அள்ளிக்கிட்டு. மீன் குட்டி தண்ணீலே முழுகிப்போமா?

**காளிதாசன் :** ஏண்டா, ஒவ்வொரு நாளும் கிழவர்களும் சிறுவர்களும் இளைஞர்களும் சிதைக்கு வந்து சேருகிறார்களே; எப்பொழுதாவது உன் கண்ணில் தண்ணீர் வந்திருக்கிறதா?

**வீரன் :** ஆத்திலேதான் வருமுங்க. அழுதா என்ன பொரயோசனம்? வேலைதான் கெட்டுப்போவும். ஒரு பொணம் எரிஞ்சு போனா இன்னும் ஒண்ணுக்கு எடமாச்சு. அப்படியேதானுங்க உசிரும். ஒண்ணு போனா இன்னொண்ணு பொறக்குது. இதுக்காக அழுவானேன்? சாஸ்திரத்திலே கூடத் திரும்பித் திரும்பி வரோமுன்னு எங்க வள்ளுவரு படிச்சாரு. அந்தத் தைரியந்தானுங்க.

***காளிதாசன் :*** எனக்கென்னவோ, அப்பா, இங்கே வந்தாலே பயமாய் இருக்கிறது. உயிர் போகிறது.

***வீரன் :*** பாப்பார்மாருங்களுக்கெல்லாமே சாவரத்துக்குப் பயந்தானுங்க. இல்லாட்டிக் கொட்டு, முழக்கு, செலம்பம் இதெல்லாம் செத்தப்போ வெக்க மாட்டாங்களா? வேதமுனு படிச்சா மாத்திரம் போதாதுங்க. சிங்கம் மாதிரி தைரியம் வேணும். தெக்குத்தியான் வந்து இப்போ என்னைக் கூப்பிட்டாக் கூடத் தயார். ஏதோ சூரியபகவான் சாச்சியாக் காலத்தையும் காரியத்தையும் தள்றேனுங்க. அவ்வளவுதான்.

***காளிதாசன் :*** *(தனக்குள்)* ஆஹா! என்ன நெஞ்சத் தெளிவு இந்தப் பறையனுக்கு *(திரும்புகிறான்.)*

***வீரன் :*** ஐயா! ஐயா! இந்தாலே பாருங்க. ஓரணா எறிஞ்சூட்டுப் போறாரு, சாஸ்திரியாரு. எனக்கு நாலணா வழக்கமுங்க.

***காளிதாசன் :*** கொடுக்கச் சொல்லுகிறேன். வாங்கிக் கொள்.

***[ திரை ]***

***காட்சி 2***

***இடம் :*** காளிதாசன் வீடு.

***காளிதாசன் :*** எங்கே உச்சி வெயிலில் இரண்டு நாளாய்ப் போய்வருகிறாய்?

***சாவித்திரி :*** தெரியாதா உங்களுக்கு? ஊர் அமர்க் களப்படுகிறதே.

***'காளிதாசன் :*** ஏதாவது புதிசாக் கல்சட்டிக் கடை வந்திருக்கிறதா என்ன?

***சாவித்திரி :*** பரிகாசம் வேண்டாம். மாந்தோப்பில் ஒரு பெரியவர் வந்திருக்கிறார்; சித்த புருஷர்; பரம ஹம்ஸர். அவர்

அனுக்கிரகம் செய்தால் கோரினது கிடைக்கிறது. அவரைப் பார்க்கப் போய் வருகிறேன்.

**காளிதாசன் :** கல்சட்டிக் கடை இல்லை; சித்தர் கடை ! உலகத்தில் எவ்வளவு ஆண்டிப் பயல்கள் ! பணம் பிடுங்கும் விதம் எவ்வளவு ! இப்படித்தான் நானும் நினைத்துப் பலருக்கு மரியாதை செலுத்தி நெருங்கிப் பழகினேன். போதும் போதும் என்றாகிவிட்டது. சரக்கில்லாத சோம்பேறிகள் !

**சாவித்திரி :** அப்படி யெல்லாம் பெரியவர்களைப் பழிக்கக்கூடாது. பெரும் பாவம் ! அதிலும் இவர் நெருப்புத் துண்டு. ஒரு பிசகும் சொல்ல முடியாது. மருந்துச் செலவுக்கென்றுகூடக் காலணா வாங்குவ தில்லை.

**காளிதாசன் :** ஓஹோ, இந்தத் தினுஸா ! பணம் என்றால் பாம்பு போலிருக்கும். நெய்யில் பக்குவம் செய்த பக்ஷணம் என்றால் வேம்பாயிருக்கும். அப்படித் தானே?

**சாவித்திரி :** யார் எப்படி இருந்திருந்தாலும் இவரைப் பற்றிப் புரளி செய்ய முடியாது. இவர் உண்மையில் பெரியவர். மூன்று நாளாய் மாத்தூரிலிருந்து வண்டியும் கையுமாய் அண்ணன் தம்பி இரண்டு லக்ஷாதிபதிகள் வந்து காத்துக்கிடக்கிறார்கள். உத்தரவுப்படி பணத்தை வாரி இறைக்கிறேன் என்கிறார்கள். அங்கே இருந்தபொழுது அண்ணன் சம்சாரத்துக்குத் தீராத குன்ம வியாதியைத் தீர்த்து வைத்தாராம். பிறகு சொல்லாமல் இவர் இந்த ஊருக்கு வந்துவிட்டார். அண்ணனும் தம்பியுமாய்த் தேடிக் கொண்டு இங்கே வந்திருக்கிறார்கள். "போடா பணப் பிசாசுகளா !" என்று இவர் திட்டுகிறார். இப்பேர்ப்பட்டவரைப் பழிக்கக் கூடாது.

**காளிதாசன் :** ஊர்க் கதையை அல்லவா சொல்லுகிறாய்? உங்கள் பெரியவர்கள் சமாசாரமெல்லாம் எனக்குத் தெரியாதா? எவ்வளவு பணத்தை வாரிக் கொட்டி அவர்களை எல்லாம் பார்த்திருக்கிறேன். என்ன பிரயோசனம்? என் சஞ்சலத்தைத் தீர்க்க ஓர் ஆள் கிடைக்கவில்லை. சந்நியாசிகளுக்கு

விருந்தைத் தவிர அனுபவமாக வேறு ஏதாகிலும் தெரிந்தால்தானே! ஆதிசங்கரர் சொன்னதுபோல் 'உதர நிமித்தம் பகுகிருத வேஷம்'. வயிற்றுக்காகச் சாமியார் வேஷம் !

**சாவித்திரி :** நான் சொல்வதை நம்பாவிட்டால்

**காளிதாசன் :** அது இருக்கட்டும். இவரைப்பற்றி நேரில் என்ன தெரிந்துகொண்டாய்? ஏதேனும் இருந்தால் சொல்லு. இல்லாவிட்டால் அடுப்பை மூட்டி, ஏதாவது செய், போ.

**சாவித்திரி :** திருநெல்வேலி லக்ஷ்மிக்குத் தீராத சோகையாய் இருந்ததோ இல்லையோ?

**காளிதாசன் :** என் மாமா பேத்திதானே? தெரியும்.

**சாவித்திரி :** அவளைப் பார்த்துவிட்டு வாருங்கள்.

**காளிதாசன் :** விஷயத்தைச் சொல்லு; பிறகு பார்க்கிறேன்.

**சாவித்திரி :** அவளுடைய கன்னம் இப்பொழுது ரோஜாப்பூ மாதிரி ஆகிவிட்டது. அவள் உடம்பு மாந்தளிர் மாதிரி ஆகிவிட்டது. மூன்று வேளை விபூதியின் வேலை !

**காளிதாசன் :** மயக்கத்தில் பல விதம் உண்டு: தலை மயக்கம், கண் மயக்கம், புத்தி மயக்கம். உனக்குக் கண் மயக்கம்.

**சாவித்திரி :** என்னை எது வேண்டுமானாலும் சொல்லுங்கள். உங்கள் புத்தி மயக்கத்துக்கு இவரைக் கேட்டுப் பாருங்களேன். அறுபது நாழிகையும் மனசு, மனசு என்று ஏதோ வேதனைப்படுகிறீர்களே ! அது தீர்ந்து போகும். நான் சொல்லி விட்டேன். பிறகு உங்கள் இஷ்டம்.

**காளிதாசன் :** முதலில் திருநெல்வேலி லக்ஷ்மியைப் பார்த்துவிட்டு வருகிறேன்.

*[ திரை ]*

***காட்சி 3***

**இடம் :** பெரிய மாந்தோப்பு ; நடுவில் பரமஹம்ஸர் குடிசை.

**காளிதாசன் :** பத்து நாளாக ஒன்று கேட்க வேண்டுமென்று நினைக்கிறேன். பேச்சுப்பராக்கில் மறந்துவிடுகிறேன்.

***பரமஹம்ஸர் :*** எதைப்பற்றி, காளி?

**காளிதாசன் :** அதுதான் சுவாமி, காளி என்று கூப்பிடுவது எனக்குப் பிடிக்கவில்லை. பெற்றோர்கள் எனக்குக் காளிதாசன் என்று பெயர் வைத்ததே பிசகு. அதையும் சுருக்கிக் காளி என்றால் -

***பரமஹம்ஸர் :*** அதில் என்ன கஷ்டம்?

**காளிதாசன் :** கஷ்டம் என்னவா? கணக்கெடுக்க முடிந்தால் சுலபமாய்ச் சொல்லிவிடலாம். காளி என்பது ஒரு குரூரக் கற்பனை. சாவின் புகழ். அப்பெயரைக் கேட்ட மாத்திரத்தில் உள்ளம் நடுங்குகிறது; உலகம் நடுங்குகிறது. துன்பத்தைத் தெய்வமாக்கி, காளி என்று பெயர் வைத்தானே, அவன் முதல் மூடன்; முழு மூடன் ! ஆனந்தமென்பதுதான் பேருண்மை. காளி என்பது அறிஞன் இகழ வேண்டிய தரிசனம். அதனால்தான் காளி என்றால் எனக்குப் பிடிக்கவில்லை.

***பரமஹம்ஸர் :*** *(பரிகாசமாய்)*ஏ அப்பா ! வேதாந்தம் கரை புரள்கிறதே !

**காளிதாசன் :** சந்தேகம் என்ன? அந்த வார்த்தையைக் கேட்டதும், பூ நிலவு போர்த்த நள்ளிரவில் பெரு நெருப்புப் பிடித்து எரிவது போல், சிவன் மார்பில் காலூன்றி, சுடுகாட்டில் திமி திமி என்று ஆடும் காளி ரூபம் என் கண்முன் எழுகிறது. எனக்குப் பயமுண்டாகி வேர்க்கிறது. குடல் நடுங்குகிறது.

***பரமஹம்ஸர் :*** அது ரொம்ப நல்ல குறியாய்த் தோன்றுகிறதே.

**காளிதாசன் :** வேண்டாம், அந்தமாதிரி நல்ல குறி; எனக்கு வேண்டாம்; உலகத்திற்கும் வேண்டாம். உயிர்ப் பலி கேட்கும் சாமி ஒரு சாமியா? சாராயமும் மாமிசமும் கேட்குமா, ஒரு சாமியின் நாக்கும் ரத்தவெறி கொண்ட கப்பறையும்? சை! கொடுமையும் வலிமையும் நமக்கு வேதனையாயிருக்க, காளிக்குக் கோயிலாம், பூஜையாம்! நமக்குத் தேவை சாந்தமும் இன்பமும் அழகும்.

**பரமஹம்ஸர் :** வாஸ்தவம். வார்த்தைக்குப் பயந்தவனா மனத்தை வெல்லப் போகிறான்? சாந்தத்தை அடையப் போகிறான் ?

**காளிதாசன் :** அதிருக்கட்டும். நமக்கெல்லாம் இந்தத் தெய்வத்தை எடுக்கவில்லையாமே; கீழ் ஜாதியார்களுக்குத் தானாமே?

**பரமஹம்ஸர் :** *(இரக்கத்துடன்)* அப்பா காளிதாசா, நல்லது சொல்லுகிறேன், கேள். நீ ஏதேதோ உளறுகிறாய். இன்றுடன் உன் மூட எண்ணங்களை விட்டு விடு. பயம் இருக்கும் வரையில் ஞானியாக மாட்டாய். சாந்தத்தைப் பெற மாட்டாய். கண்ணை மூடு; காளியைக் காட்டுகிறேன்.

*(காளிதாசன் கண்ணை மூடுகிறான். பரமஹம்ஸர் அவனுடைய புருவ மையத்தைக் கையால் அழுத்துகிறார்.)*

**பரமஹம்ஸர் :** காளிதாசா, கண்ணைத் திற.

*(காளிதாசன் கண்முன் ஒரு பிரஸவ அறை தெரிகிறது. பின்வரும் பேச்சும் கேட்கிறது.)*

**பெண் :** பாட்டி, தாங்கவில்லை. ஒவ்வொரு வலிக்கும் உயிர் போகிறது. இந்த இழவே வேண்டாம்.

**பாட்டி :** சை! அபசகுனமே! சும்மா இரு. அப்படித்தான் இருக்கும். தங்க விக்கிரகம் போல் குழந்தையைப் பார்த்தால்

வருத்தமெல்லாம் பஞ்சாய்ப் பறந்துவிடும். நீ என்ன அதிசயமா?

**பெண் :** எப்பொழுதும் போல் இப்பொழுதில்லை, பாட்டி. ஒவ்வொரு நரம்பும் எலும்பும் உருகுகிறது. இந்தத் தடவை பிழைக்க மாட்டேன். நான் போய் விட்டால் குழந்தையைப் பார்த்துக்கொள். தாயில்லாக் குழந்தை, பாவம் !

**பாட்டி :** உளறாதே. சும்மா கிட. பெண் ஜன் மத்திற்குப் பொறுமை இல்லாவிட்டால்

**பெண் :** உனக்குத் தெரியாது. இந்தத் தடவை அப்படித் தோன்றுகிறது. குழந்தையைப் பார்த்துக் கொள்...அப்பா! அம்மாடி!......

*(குவா, குவா குழந்தைக் குரல்.)*

**பாட்டி :** அம்பிப் பாப்பாவா? போகிறது.

**பெண் :** பாட்டி! இதோ கிளி போகிறது. தெற்கே பார் நிழல். அதோ... இதோ... குழந்தையை *(குழந்தையை முத்தமிட்ட வண்ணமே தரையில் சாய்கிறாள்.)*

*(பிரஸவ அறை மறைகிறது. காளிதாசன் தலையில் பரமஹம்ஸர் தட்டுகிறார்.)*

**பரமஹம்ஸர் :** காளிதாசா, என்னைப்பார். என்ன பார்த்தாய்?

**காளிதாசன் :** பலி.

**பரமஹம்ஸர் :** அதுதான் ரகஸியம். அதுதான் காளி. காளியில் பிறப்பது களிப்பு. துயரத்தில் தோன்றுவது தூய்மை. தியாகத்தில் தோன்றுவது குழந்தை. இவ்வளவும் காளிதான்.

**காளிதாசன் :** *(தலையை ஆட்டிக்கொண்டு)* கொஞ்சம் தெளிவு உண்டாகிறது.

**பரமஹம்ஸர் :** இப்பொழுதும் கொஞ்சந்தானா ?...சரி, மறுபடியும் பார் !

(பரமஹம்ஸர் காளிதாசன் கண்ணைத் துடைக்கிறார். அவன் மெய்ம்மறந்து பேசுகிறான்.)

**காளிதாசன் :** ஒளி மங்கிய காலை. ஒரே மண், கல், பாறை - அடாடா ! அவையும் மறைந்துவிட்டன. இப்பொழுது காடு. பெருமரங்களின் நிழலில் சிறு செடிகள், மரங்கள்.

**பரமஹம்ஸர் :** இன்னும் என்ன?

**காளிதாசன் :** பெரிய பெரிய புழுக்கள், விகாரமான பக்ஷிகள், பூதம் போன்ற மிருகங்கள் ! நிலத்திலும் நீரிலும் சஞ்சரிக்கின்றன. வாழ்வுப் போர் தொடுத்தும் தொடுக்காமலும், போரிலும் தாமாகவும் மடிகின்றன. வெகு சிலவே மிஞ்சுகின்றன.

**பரமஹம்ஸர் :** உம்?

**காளிதாசன் :** ஆஹா! என்ன அழகு, வலிமை! உணவுக்கும் நிழலுக்கும் எப்படி மன்றாடுகின்றன காற்றிலும் வெயிலிலும், மழையிலும் குளிரிலும் எப்படித் தவிக்கின்றன ! பலமுள்ளவை பிழைக்கின்றன; பலமற்றவை சாகின்றன. பலமுள்ள இனங்கள் எவ்வளவு வனப்புள்ளனவாய் இருக்கின்றன. ஆஹா! என்ன காட்சி !

**பரமஹம்ஸர் :** பார்த்தாயா? இனிப் பஞ்சை அழகையும், போலி அமைதியையும் பூஞ்சொல்லால் போற்றாதே. காளியே வாழ்வு. பயத்தைக் கொல்லவே காளிக்குக் கத்தி. சாவு என்பது ஒரு ஸ்நானத்தைப் போல; அழுக்குத் தேய்த்துக் குளிப்பதைப் போல. அழுக்குப் போவது போன்றதுதான் உடம்பு போவதும். தனி ஆள், தனி மரம், தனி விலங்கு - இவ்வளவுக்கும் பயம் உண்டு. இனம் என்று கருதினால் பயம் சாகும். உயிர் ஒன்றென நினைத்தல் இன்பம். உயிர் அழிவதில்லை. இனமும்

அழிவதில்லை. உயிர் உயிரைத் தின்றே வளரும். இவ்வளவும் காளி. வெல்க காளி என்று எழுந்திரு.

**காளிதாசன் :** *(காட்சி மறைகிறது. சுய நினைவடைந்து)* இதென்ன, குருடனுக்குக் கண் வந்தது போல் உலகே புதுமையாய்த் தென்படுகிறதே! இன்பம் பொங்குகிறதே! குருவே,வணக்கம்.

*(காளிதாசன் நமஸ்கரிக்கிறான்.)*

**பரமஹம்ஸர் :** காளியின் காட்சி கிட்டியது. அவள் எழுச்சி. குரு நானல்ல; அவள் தான். அவளை நினைத்தாலும் மறந்தாலும், ஏற்றாலும் மறுத்தாலும் அவளே உண்மை ; ஜகத்தை ஓட்டும் மூலசக்தி. "வெல்க காளி !" என்று சொல்லு.

**காளிதாசன் :** வெல்க காளி !

***[திரை]***

***காட்சி 4***

**இடம் :** காளிதாசன் வீட்டுக் கொல்லைப்புறத்துப் புஷ்பத் தோட்டம்.

*(காளிதாசன் புஷ்பம் பறிக்க ஒரு நந்தியாவட்டைச் செடியண்டை போகிறான்.)*

**நந்தியாவட்டைச் செடி :** காளிதாசா!

**காளிதாசன் :** *(திடுக்கிட்டு) யார் அது?{*

**நந்தியாவட்டைச் செடி :** நான்தான்.

**காளிதாசன் :** *(கண்ணைத் தேய்த்துக்கொண்டு தனக்குத் தானே)* இதென்ன அதிசயம்! இராத் தூக்கம் இல்லாததனால் மயக்கமா?

**நந்தியாவட்டைச் செடி :** காளிதாசா, கிட்ட வராதே. கண்ணைப் பிடுங்காதே. என் புஷ்பத்தைப் பறித்து உன் விக் கிரகத்தின்

தலையில் போடப்போகிறாயே; அதில் உனக்கு என்ன புண்ணியம்? எனக்கும் உயிருண்டு, உணர்ச்சி உண்டு. செடிகள் பேசுவதில்லையே, ஆகையால் உயிர் இல்லை என்று கருதிவிடாதே. உயிரை வதைத்து, மாமிசம் உண்ணுகிறான். என்று இகழ்கிறாயே. என்னை மட்டும் வதைக்கலாமா?

**காளிதாசன் :** இதென்ன வேடிக்கையாய் இருக்கிறதே!

**நந்தியாவட்டைச் செடி :** வேடிக்கையா வினையா? பரமஹம்ஸரிடம் பாடம் கற்றதெல்லாம் விழலுக்கு இறைத்த நீர்தானா?

**காளிதாசன் :** *(ஞாபகம் வந்தது போன்ற முகபாவத்துடன்)* மன்னிக்கவேண்டும். சொல்வது புரிகிறது.

**நந்தியாவட்டைச் செடி :** தியாகமென்பது தான் வேதம், மந்திரம் எல்லாம். நெற்பயிர் தொண்டையைக் கிழித்துக் கொண்டு, சடை சடையாய்க் கதிர் விட்டால் நீங்கள் தின்கிறீர்கள். நான் பூத்தால் நீ பறிக்க வருகிறாய். உங்கள் பங்குக்குச் செய்வதென்ன? சொல்லு. எல்லாவற்றையும் கொன்று அழித்துச் சுகமாய் வாழப் பார்க்கிறீர்கள், அவ்வளவுதான். தியாகமென்னும் உண்மையானது உள்ளத்தில், உயிரில், செய்கையில் தழைக்க வேண்டும். தழைக்கும்படி நடப்பாயா? இன்று முதல் புல்லிலிருந்து நக்ஷத்திரங்கள் வரையில் உன் செய்கையைக் கவனிக்கும். மோசம் போகாதே.

**காளிதாசன் :** *(அமைதியாய்)* மன்னிக்க வேண்டும். உனக்கு நமஸ்காரம். உயிர் நதிக்கும் நமஸ்காரம். இனி, பூவும் பூஜையும் இல்லை.

*(பூவைப் பறிக்காமல் திரும்பிவிடுகிறான்.)*

***[ திரை ]***

# *அங்கம் 2*

## *காட்சி 1*

***இடம் :*** *ஊர்ச்சாவடி.*

***அண்ணு சாஸ்திரி :*** கேள்விப்பட்டீர்களா? ஓர் ஊரில் மலை நகர்ந்துகொண்டே இருக்கிறதாம். அந்த ஊரின் ஜனங்கள் கதி என்ன ஆகுமோ?

ராஜா பாகவதர் : நான் கேள்விப்படவில்லை, தோ பிரம்மாண்டமான நக்ஷத்திரம் விழப்போகிற தென்று பேப்பரில் போட்டிருக்காம்.

***அண்ணு சாஸ்திரி :*** இதுவுந்தான் பேப்பரில் போட்டிருக் காம்.

***ராஜா :*** எது நிஜமோ, தெரியவில்லை.

***மூர்த்தி :*** ஒரு பெரிய எரிமலை நெருப்புக் கக்கப் போகிறதென்று பத்திரிகையில் சொல்லியிருக்கிறது. ஒரு நக்ஷத்திரம் விழப்போகிறதென்றும் சொல்லி யிருக்கிறது. ஒரு மலை நகர்வதாகவும் சொல்லி இருக் கிறது. இதற்கெல்லாம் மேலாக உலசமே அழியப் போகிறதென்றும் சொல்லியிருக்கிறது!

***ராஜா :*** என்ன செய்யலாம்?

***அண்ணு சாஸ்திரி :*** பிரளயம் என்று சாஸ்திரத்தில் சொல்லப்பட் டிருக்கிறது; அதைப் பார்த்தால் போச்சு.

***ராஜா :*** தேளைப் பார்த்தாலே பயமாக இருக்கிறது. பிரளயத்தைக் குளுமையாய்ப் பார்த்து விட மாட்டோமா?.... அப்படி எல்லாம் விடக்கூடாது. எப்படியாவது அவற்றைத் தடுக்க வேண்டும்.

**அண்ணு சாஸ்திரி :** அதென்னவோ வாஸ்தவந்தான். நமது உயிருக்கு என்ன பயம்? நாம் அழிவதில்லை. உலகம் அரைகுறையாய் அல்லவா கெட்டுவிடும்? மறுபடி ஜன்மம் எடுத்து நாம்தானே கஷ்டப்பட வேண்டிவரும்? ஒன்றுமில்லை, போன மாசம் இருபது வாழைக்கட்டை போட்டேன். மூர்த்தி ஏதோ வருகிறதென்று சொன்னானே, அது வந்தால்கூட-

**ராஜா :** கூண்டோடு கைலாசந்தான்.

**அண்ணு சாஸ்திரி :** அதெல்லாம் போகட்டும். நேற்று நாணு சாஸ்திரி செய்த அக்கிரமத்தைக் கேட்டீர் களோ?

**ராஜா :** அதென்னது?

**அண்ணு சாஸ்திரி :** நடுத்தெரு உமாமகேச்வர விரதத்திலே - அது பிறகு சொல்கிறேன். தம்பியும் பரமஹம்ஸரும் வருகிறார்கள்.

**ராஜா :** (திடுக்கிட்டு) உம்முடைய தம்பியும் பரமஹம்ஸருமா? வரட்டும்...ஆனால் ஒன்று. உம்முடைய தம்பியைப் பார்த்தாலே வரவரத் தமாஷாய் இருக்கிறது.

**அண்ணு சாஸ்திரி :** ஏன்?

*(ராஜா பாகவதர் பதில் சொல்வதற்குள் பரமஹம்ஸரும் காளிதாசனும் அங்கே வருகிறார்கள். பரமஹம்ஸரை எல்லோரும் வணங்குகிறார்கள்.)*

**பரமஹம்ஸர் :** நாராயண, நாராயண ! சௌக்கியமா?
எல்லோரும்: சௌக்கியந்தான்.

**பரமஹம்ஸர் :** பேச்சுப் பலமாக இருந்ததே; என்ன விஷயம்?

**ராஜா :** ஒன்றும் இல்லை. இன்னும் கொஞ்ச காலத்திற்குள் பூமிக்குப் பெரிய ஆபத்து வரப்போகிறதாம். பூகம்பம் என்று அமெரிக்காக்காரன் சொல்லுகிறான். இல்லை, நக்ஷத்திரந்தான்

விழப்போகிற தென்று ஒரு ஜர்மானியன் சொல்லுகிறானாம். ஆனால் உலகம் மட்டும் அழிந்துபோவது நிச்சயமென்று தீர்மானமாய்ச் சொல்லுகிறார்களாம். அதைப்பற்றித் தான் பேசினோம்.

**பரமஹம்ஸர் :** அதைப்பற்றி நமக்கு என்ன?

**அண்ணு சாஸ்திரி :** அப்படியெல்லாம் ஆகலாமா? அதைத் தடுக்கக் காளி தந்திரத்திலோ அல்லது அதர்வணவேதத்திலோ ஏதேனும் பிரயோகம், ஹோமம் இருந்தால் அதைச் செய்து பார்த்துவிட வேண்டியது தான். உங்களைக் கேட்டால் தெரியுமென்று பார்த்தேன். நமது கடமையைச் செய்து விடவேண்டும். பிறகு ஈசன் விட்ட வழி.

**ராஜா :** உலகெலாம் இன்புற்றிருக்க

**பரமஹம்ஸர் :** நியாயந்தானே? உலகத்திற்கு எது நல்லதோ அது உங்களுக்கும் நல்லது. வைதிகம் பலப்படு மல்லவா? இப்படித் துரும்பாகி விட்டதே புத்தி-

**ராஜா :** சுவாமிகளே, நீங்கள் சொல்வது சரிதான். என்ன இருந்தாலும் பிரளயத்தைப் பற்றி நினைத்துக் கொண்டாலே திகிலாகத்தான் இருக்கிறது.

**பரமஹம்ஸர் :** காளிதாசா, இவர்களுக்குச் சமாதானம் சொல்லேன். ஆரம்பத்தில் இப்படித்தானே நீயும் ஏதோ உளறிக்கொண்டிருந்தாய்?

**காளிதாசன் :** பத்திரிகைகளில் வருவதெல்லாம் சத்தியம் என்று நினைத்து விடக்கூடாது. நக்ஷத்திரம் இப் பொழுதெல்லாம் நிச்சயமாய் விழாது. ஏனென்றால் இதேமாதிரி ஐம்பது தடவையாவது பத்திரிகைகளில் விழுந்திருக்கிறது. நம்முடைய பூமி இன்னும் இருந்து கொண்டுதான் இருக்கிறது.

***அண்ணு சாஸ்திரி :*** *பூ ! இவ்வளவுதான! இந்த மூர்த்தி 'என்னவோ மேல்நாட்டு விஞ்ஞானி சொன்னால் தப்பாதென்று குதிக்கிறானே.*

***காளிதாசன் :*** *அப்படி நிஜமாக நடந்துவிட்டால்தான் என்ன மோசம்? புது அண்டம், புதுப் பூமி, புது மனிதன், எல்லாம் புதிதாகி விடுகின்றன! அல்லது பெரிய பூகம்பம் வந்தால்தான் என்ன? நம்முடைய உழக்குக் கணக்கைக் கொண்டு போய் அகண்ட அமைப்பை அளக்க முடியாது. ஹிம்சை,வலி, துயரம் - இவைகளில் எது வந்தாலும் புதுப் பிறப்பு, புது மாறுதல் ஏதேனும் உண்டாகும். பூகம்பத்தால் ஒரு புறத்தில் பூமி அழிந்தால், கடலில் எங்கேயாவது தீவு பிறப்பதன் பிரசவ வேதனை அது. தெரியுமா? அகண்ட சக்தியின் தாக்குதலை இயற்கையில் காணக் கண் வேண்டும். அப்பொழுது பயம் என்பதே தெரியாது.*

***ராஜா :*** *கஷ்டம் வந்தால் நீ சிரிப்பாய்? ஆகையினால்*

***காளிதாசன் :*** *சந்தேகம் என்ன? வெளிச்சம் வேண்டும் என்றால் நிழல் வராமலிருக்குமா? ஜீவனாயிருக்கும் வரையில் இரண்டும் உண்டு; ஹிருதயமும் நுரை ஈரலும் போல, துன்பமும் இன்பமும் மனிதனுக்குச் சகஜம், சமம் என்று உணர்பவன் ஞானி.*

***அண்ணு சாஸ்திரி :*** *(குழப்பத்துடன்) பிறருக்கு நாங்களும் இப்படித்தான் உபதேசம் செய்துவருகிறோம். சொந்தக் காரியங்களில் அது செல்லவில்லையே ! நீயும் எங்களைப் போலவே பேசுகிறாய்.*

***காளிதாசன் :*** *இதற்குப் பதில் சொல்லுவது உடம்பமாகும். நாம் செய்வதொன்றுமில்லை என்று உணர்ந்து விட்டேன்.*

***பரமஹம்ஸர் :*** *காளிதாசா, நேரமாயிற்று. கிளம்புவோம். (பரமஹம்ஸரும் காளிதாசனும் கிளம்புகிறார்கள்.)*

***ராஜா :*** அண்ணு சாஸ்திரிகளே, உம்முடைய தம்பியின் பிரசங்கம் எப்படி?

***அண்ணு சாஸ்திரி :*** ரொம்பப் பிரமாதமாயிருக்கிறது. பெரிய வேதாந்தியைப் போல் பேசுகிறான். ஆனால் நடவடிக்கையையல்லவா கவனிக்கவேண்டும்? பேச்சு எப்பொழுதுமே ஆயிரங்காலே அரைக்கால் என்பார்களே அதுமாதிரித்தான்.

***ராஜா :*** இதெல்லாம் அந்தப் பரமஹம்ஸரின் அருள் என்று நினைக்கிறேன்.

***அண்ணு சாஸ்திரி :*** அருளாவது மண்ணாங்கட்டியாவது! கேள்விப்பட்ட வரையில் இந்தப் பரமஹம்ஸருக்கு - இவருக்கு யார் பரமஹம்ஸர் என்ற பட்டம் கொடுத் தார்களோ தெரியவில்லை - இவருக்குச் சம்ஸ்கிருதங் கூடச் சரியாக வராதாம். நான் ஐந்து வருஷமாக வேதாந்தம் படித்து வருகிறேன். ஒன்றும் வந்த பாடில்லை. இந்தப் பரமஹம்ஸர் அருளாலே ஒரு நிமிஷத்திலே ஞானம் வந்துவிட்ட மாதிரி காளிதாசன் வேஷம் போடுகிறான்.

***ராஜா :*** வேஷம் ரொம்ப நாள் போட முடியுமா? தானே கலைந்து போகிறது.

*(எல்லோரும் கலைந்து விடுகிறார்கள்.)*

***[ திரை ]***

***காட்சி 2***

***இடம் :*** காளிதாசன் வீட்டுக்கூடம்.

***சாவித்திரி :*** என்னவோ மனசு மனசு என்று தவித்தீர்களே, பெரியவரைப் போய்ப் பார்த்து வாருங்கள் என்று சொன்னதற்குத் தண்டனையா இதெல்லாம்?

***காளிதாசன் :*** எதெல்லாம்?

எதெல்லாமா? வீடு நிறையத் தத்தரே பித்தரே என்று புஸ்தகங்கள் ; எலும்புகள், மண்டை யோடுகள்; அறுபது நாழிகையும் வீட்டில் காளி நாமபாராயணம். காளி என்று குடும்பத்திலுள்ளவர்கள் உச்சரிக்கலாமா? நன்றாயிருக்கிறதே பயம் தெளியும் வித்தை !

**காளிதாசன் :** பின் எப்படி இருக்க வேண்டும்?

**சாவித்திரி :** நீங்கள் என்ன அலாதிப் பிறப்பா? எல்லோரையும் போல் ஒரு ஜபம் தபம் எடுத்துக் கொண்டால் மனசு மனசு என்று வேதனைப்பட்டீர்களே, அது தெளிந்துபோகும் என்று நினைத்தேன். நீங்கள் என்னடா என்றால் வைத்தால் குடுமி, சிரைத்தால் மொட்டை என்கிறீர்கள். எல்லாவற்றிலும் நிதானம் வேண்டும், அதுவும் குடும்பத்திலுள்ளவர்களுக்கு.

**காளிதாசன் :** இதனால் கெட்டுப்போனது என்னவென்று எனக்கு விளங்கவில்லை. நீதான் சொல்லேன், பார்ப்போம்.

**சாவித்திரி :** உங்களுக்குச் சுயப் பிரக்ஞையே போய் விட்டது. இருந்தால் தெரியாமலா போகும்? முதலாவதாக நமக்கு இருந்த லக்ஷ்மீ கடாக்ஷமே போய் விட்டது. பள்ளிக்கூடத்துத் தலைமை உபாத்தியாயர் என்ற மரியாதைக்காக வந்து கொண்டிருந்த மாமூல்கள் நின்றுவிட்டன. அது போகட்டுமென்றால்,

இந்த ஒன்றரை மாதத்திற்குள் நமக்கு வந்த கஷ்டம், கடவுளுக்கே தாங்காது. வெள்ளிக்கிழமையும் அதுவுமாய்ப் பசுமாடு இறந்துவிட்டது. ரோஜாப்பூ மாதிரி இருந்த குழந்தையையும் வாரிக் கொடுத்தாய் விட்டது. பையன் சீனு பரீக்ஷையில் சுழி வாங்கி விட்டான். எனக்கு ஒரு வாரமாய் நெஞ்சில் மரண வலி. சின்னப் பெண்ணுக்கு வந்திருப்பது முறைக் காய்ச்சலாம். இவ்வளவும் நீங்கள் காளி காளி என்று ஸ்மரிக்க ஆரம்பித்த பிறகுதான். இன்னும் என்ன வேண்டும்?

**காளிதாசன் :** அடுக்குவதற்கு வேறொன்றும் இல்லையா ?

**சாவித்திரி :** ஆனால், நான் சொல்வது கற்பனையா? யோசித்துப் பாருங்கள்.

**காளிதாசன் :** யோசிப்பானேன்? காக்காய் உட்கார்ந் தால் பனம்பழம் விழாதோ? இதெல்லாந்தான் சிருஷ்டி, ஸ்திதி, சம்ஹார தாண்டவம்.

**சாவித்திரி :** இப்படியே நீங்கள் பிடிவாதம் பிடித்தால் இது எங்கே போய் முடியுமோ, யார் கண்டது? ஒரு கிழப் பிராம்மணர் வந்தார்; ரொம்பத் தெரிந்தவர். அவரிடம் இதை எல்லாம் சொன்னேன். காளியை பாசிப்பவன் கதி இதுதான் என்றார். படிக்காத நான் சொல்வதைத்தான் பெரியவரும் சொல்லியிருக்கிறார். பிறகு உங்கள் இஷ்டம். என் விதி! '

**காளிதாசன் :** பயந்த காலமெல்லாம் போய்விட்டது. கஷ்டம் சுகம் என்பது இனி இல்லை. காளியின் இஷ்டம். உன் இஷ்டம் என் இஷ்டம் அல்ல. என்னுடன் வந்தால் காளியின் கருணை தெரியும். தைரியமிருந்தால் காளி வெல்லுவாள். பயந்தால் நாம் தோற்போம். அவ்வளவுதான்.

*(காளிதாசன் வெளியே போகிறான். சாவித்திரி சோர்ந்து உட்காருகிறாள்.)*

***[ திரை ]***

***காட்சி 3***

**இடம் :** காளிதாசன் வீட்டுவாசல்.

*(பங்கஜம் தெரு வழியே போகிறாள்.)*

**சாவித்திரி :** வா, அக்கா, குளத்துக்குப் போகிறாயா?

**பங்கஜம் :** ஆமாம். அப்படியே உன்னை ஒரு வார்த்தை கேட்கவேண்டுமென்று வந்தேன். மாமாவுக்கு என்னவோ மூளை கலங்கிப் போய்விட்ட தென்று ஊரெல்லாம் புரளியாய்க் கிடக்கிறதே; உண்மைதானா?

***சாவித்திரி :*** அதெல்லாம் யார் கட்டுக் கதையோ !

***பங்கஜம் :*** அது போகட்டும். இப்பொழுதெல்லாம் வீட்டில் முன்னைப்போல் பூஜை பண்ணுகிறாரோ இல்லையோ?

***சாவித்திரி :*** இல்லை.

***பங்கஜம் :*** அப்பொழுது சரிதான். வீட்டில் இருக்கும் விக்கிரகங்களை ஆராதிக்காமல் இருந்தால் தெய்வங் களுக்குக் கோபம் வராமல் இருக்குமா? மூளையும் கலங்கும்; அதற்கு மேலும் ஆகும்.

***சாவித்திரி :*** இப்படி நினைத்துத்தான் நானும் அவரைக் கேட்டேன்."விளக்கை ஏற்றுவதற்குத்தான் நெருப்புக் குச்சி. பிறகு அது வேண்டாம். சுயஞ்ஜோதி யானால் விளக்கு வெளிச்சம் தேவையா? மின்மினிக்கு நெருப்புக்குச்சி தேவையா?"என்று அவர் ஏதேதோ சொல்லுகிறார். பார்த்தால் முக்தர் மாதிரித் தான் அவர் பேச்சும் நடவடிக்கையும் இருக்கின்றன. குடும்பத்தில் இருக்கிறார் என்ற பெயரே ஒழிய அவர் தாமரை இலைத் தண்ணீர் மாதிரிதான் இருக்கிறார்: ஒட்டியும் ஒட்டாமலும். ஒவ்வொரு சமயம் அவரைப் பார்த்தால் புது ஆளாய் எனக்கே மலைப்புத் தட்டுகிறது.

***பங்கஜம் :*** தத்துப் பித்தென்று பிதற்றாதே. பெரியவர் ஆகிவிட்டாராம் ! கர்மங்களை விட்டால் கஷ்டம் என்று சாஸ்திரங்கள் முறையிடுகின்றன. அதுதான் இப்பொழுது நீ அனுபவித்துக் கொண்டிருக்கிறாய். இன்னும் தெரியவில்லையா? நல்ல வைத்தியரையோ, மாந்திரிகரையோ, சாஸ்திரம் படித்தவரையோ வரவழைத்து இதற்கு ஏதாவது பரிகாரம் செய். இல்லாவிட்டால் குடி முழுகிப்போய்விடும். அந்தப் பரமஹம்ஸரோ கிரமஹம்ஸரோ, அவரால் வந்த வினை இவ்வளவும். அடுத்தாற் போல எங்கள் வீட்டுக்காரர் இல்லையா? எத்தனை சபைகளில் சால்வையும் தோடாவும் வாங்கி இருக்கிறார்! அவருக்கு இன்னமும் பூஜை விட்டபாடில்லை. உன் வீட்டுக்காரர் ஜீவன்முக்தர் மாதிரி வேஷம் போடுகிறார். யார்

நம்புவார்? நீயும் அவருக்குச் சொல்லு. ஸ்திரீதர்மத்தை விட்டு விடாதே.

*(அண்ணு சாஸ்திரிகள் அங்கே வருகிறார். வந்தவுடன் பங்கஜத்தைப் பார்த்துப் பேசுகிறார்.)*

***அண்ணு சாஸ்திரிகள் :*** இன்னும் குளத்துக்குப் போகாமல் பொழுது போக்குகிறாயா?

***பங்கஜம் :*** ஏதோ சாவித்திரி கூப்பிட்டாள். ஒரு வார்த்தை பேசிக் கொண்டிருந்தேன். இதோ போகப் போகிறேன்.

*(பங்கஜம் போகிறாள்.)*

***அண்ணு சாஸ்திரி :*** *(சாவித்திரியைப் பார்த்து)* உன்னிடம் ஒரு பேச்சுச் சொல்லவேண்டும். அதை உத்தேசித்துத்தான் வந்தேன். வீட்டில் அவன் இருக்கிறானா?

***சாவித்திரி :*** *(பயந்து)* அவர் இல்லை. என்ன சமாசாரமோ?

***அண்ணு சாஸ்திரி :*** உன் புருஷன் விஷயந்தான். என் தம்பி என்று சொல்லிக் கொள்ளக்கூட வெட்கமாக இருக் கிறது - அவன் செய்வதெல்லாம்.

***சாவித்திரி :*** இப்பொழுது என்ன புதிதாகச் செய்திருக் கிறார்?

***அண்ணு சாஸ்திரி :*** பள்ளிக்கூடத்துத் தலைமை உபாத்தியாயர் வேலையை ரொம்பச் சிரமப்பட்டு இவனுக்குச் சம்பாதித்துக் கொடுத்தேன்.

***சாவித்திரி :*** ஆமாம்.

***அண்ணு சாஸ்திரி :*** உலகத்தில் எல்லோரும் இருப்பது போலத்தானே நாமும் இருக்கவேண்டும்? அதை விட்டு விட்டு, அலாதியாக, அதிசயமாகக் காரியங்கள் செய்ய நமக்கு என்ன பாத்தியம்? பள்ளிக்கூடத்துப் பையன்களை எல்லாம் மூன்று மைலிலுள்ள வடக்குக் கோயிலுக்கு அழைத்துக்

கொண்டு போனானாம். அது ஒரு பொல்லாத காளி. பள்ளிக்கூடத்துக் குழந்தைகளை ராத்திரியில் காளிகோவிலுக்கு அழைத்துக் கொண்டு போகலாமா? நீயே சொல்லு. அதிலும் என்னவோ பாட்டுச் சொல்லிக் கொடுக்கிறானாம். பயப்படாதே என்பதுதான் பல்லவியாம். பயம் விட்டுப் போனால் ஒரு நிமிஷம் உலகம் நிலைக்குமா? யோசித்துப் பார். இதெல்லாம் கிராமத்தார்களுக்குப் பிடிக்கவில்லை. இவன் சோற்று வாயில் மண் விழுந்து விட்டால் பிறகு என்னிடம் சொல்லாதே.

**சாவித்திரி :** அதிருக்கட்டும். இவர் சொல்லிக் கொடுப்பதில் அதிகப் பிசகைக் காணோமே. எதற்கெடுத்தாலும் நமக்குப் பயமாய் இருக்கிறது. பயத்தை ஒழிக்கவேண்டுமென்றுதானே இவர் சொல்லுவதாகத் தெரிகிறது? அதிலும் பிள்ளைப் பிராயத்திலிருந்தே மனசைப் பயிற்சி செய்தால் உலகத்தை நல்ல வழிக்குக் கொண்டு போகும் ஞானிகளை உண்டாக்கலாம் என்கிறார். உண்மையில் இவரே ஒரு ஞானி தான். இல்லாவிட்டால் இவ்வளவு தரித்திரத்திலும் நிலை குலையாமல் இருக்க முடியுமா?

**அண்ணு சாஸ்திரி :** சரிதான். விஷம் வீட்டுக்குக்கூடப் பரவிவிட்டதா? எப்பேர்ப்பட்ட பெரியவர்களெல்லாம் திண்டாடுகிறார்கள்! இவனுக்கு வந்துவிட்டதாக்கும் ! இவனுக்கு எந்தப் பாசம் விட்டு போய்விட்டது?

வீடு வாசல் விட்டதா? குழந்தைகளின் பாசம் விட்டதா? உன் ஆசை விட்டதா? சாப்பாடு விட்டதா? அதெல்லாம் போகிறதென்றால் சம்பிரதாயப்படி ஏதேனும் படித்தானா? ஒன்றும் இல்லை. வைதிகக் குடும்பத்தில் பிறந்து வீட்டுப் பூஜையைக் கூட விட்டுவிட்டானாமே! எனக்கு ஒன்றும் பிடிக்கவில்லை. பிழைப்புக்கே ஆபத்து, நீ சொல்லிப் பாரு. பிறகு அவன் இஷ்டம்.

**சாவித்திரி :** ஆனால் இவர் செய்வதும் சொல்வதும் சாஸ்திரத்துக்கு விரோதமா?

***அண்ணு சாஸ்திரி :*** அதெல்லாம் நமக்கு ஏன்? எல்லோரையும்போல் நாம் இருக்க வேண்டியதுதான் முறை. அதை விட்டுவிட்டு ஒற்றைத் தென்னைமரம் மாதிரி ஓங்கப் பார்த்தால், அவ்வளவுதான் ; அடிக்கிற காற்று அவ்வளவும் அதன் தலையில்தான் விழும்.

***சாவித்திரி :*** அப்படித்தான் நானும் நினைத்து அவருக்குச் சொல்லுகிறேன். இன்னமும் சொல்கிறேன். நீங்களும் சொல்லுங்கள். நாம் கிராமத்தில் இருக்கிறோம் என்ற நினைப்பே இல்லை. இதெல்லாம் எதிலேதான் முடியுமோ தெரியவில்லை.

***[ திரை ]***

## அங்கம் 3

### காட்சி 1

**இடம் :** காளிதாசன் வீட்டுக்கூடம்

*(சாவித்திரி கறிகாய்கள் நறுக்கிக்கொண்டி ருக்கிறாள். குஞ்சி பாதம் பக்கத்தில் விஷமம் செய்துகொண்டிருக்கிறான்.)*

**குஞ்சிதபாதம் :** அம்மா! அம்மா! இந்த வெள் ளரிக்காயைக் கொல்லையிலேருந்து பறிச்சுக்கிண்டு வந்தேன். அதை ஒடிச்சேன், ரத்தம் வறது. ஜலம் மாதிரி இருக்கு.

**சாவித்திரி :** அட அசடே! அது வெள்ளரிக்காய் ஜலம். வெள்ளரிக்காய்க்கு ரத்தம் கிடையாது.

**குஞ்சிதபாதம் :** பின்னே அப்பா சொல்லறாரே, எல்லாத்துக்குந்தான் ரத்தம் உண்டுன்னு.

*(காளிதாசன் கையில் மதுவையும் இறைச்சியையும் போன்ற எதையோ கொண்டு உள்ளே நுழைகிறான்.)*

**சாவித்திரி :** *(பிரமித்து)* சிவசிவ! பைத்தியம் முற்றுகிறதே. இதென்ன அக்கிரமம்! இனிமேல் தாங்காது.

**காளிதாசன் :** யாருக்கு?

**சாவித்திரி :** உலகத்துக்கு.

**காளிதாசன் :** இப்பொழுது பூச்சாண்டிகளே எனக்கு இல்லை.

**சாவித்திரி :** பாப புண்ணியம் இல்லை. குடும்பத்துக்கோ உலகத்துக்கோ மதிப்புக் கிடையாது. என்னாலே கூடச் சகிக்க முடியவில்லை. யாரையாவது கூப்பிட்டு உங்கள் நியாயத்தைக் காட்டுகிறேன். கூட்டிக்கொண்டு வரட்டுமா?

**காளிதாசன் :**

*(சாவித்திரி பதறித் திகைத்து வெளியே ஓடித் தெருவார்களையும் ராஜா பாகவதரையும் அழைத்து வருகிறாள். அவர்கள் பார்த்து விட்டுச் சொல்கிறார்கள்.)*

***முதலாமவர் :*** *சிவ சிவ! இது அக்கிரகாரமா அல்லது - ரொம்பக் கலியுகத் துணிச்சலாயிருக்கே !*

***இரண்டாமவர் :*** *காளிதாசரே, மூளைத் திருகு கழன்று போச்சா? தலையில் இடி விழுமாக்கும்! வீணாக அழிந்து போகாதேயும்.*

***காளிதாசன் :*** *முதலில் கண்ணைத் துடைத்துக்கொள்ளுங்கள். நீங்கள் நினைப்பதைப் போன்ற பதார்த்தங்கள் இவைகள் அல்ல. தெரிந்ததா? பிறகு மனதைத் துடைத்துக் கொள்ளுங்கள். மது மாமிசம் சாப்பிடுவது கூடப் பரவாயில்லை. நம்முடைய மனோ பாவத்தை நினைத்துக் கொண்டால்தான் நெஞ்சு பொறுக்கவில்லை. நம்முடைய மனத்திற்கும் சொல்லுக்கும், சொல்லுக்கும் செயலுக்கும் உள்ள முரண்பாடுகள் தாங்க முடியவில்லை. நாம் பெரிய தத்துவங்களை, பெரிய பேர்களைச் சொல்லிக் கொண்டு அதற்கு மாறாக அழிந்து கொண்டு இருக்கிறோம் என் பதை அறியவில்லை.*

***ராஜா பாகவதர் :*** *இதென்ன, குடிகாரன் பிதற்றல் ! கண்ணைத் துடைப்பது, மனதைத் துடைப்பது! செய்வதையும் செய்கிறது. அதே மூச்சில் பொய் வேதாந்தமும் எங்களுக்கெல்லாம் அசட்டுப் பட்டமும்! உங்கள் குலத்துக்கு நல்ல கோடாலிக் காம்பு. இந்த அக்கிரமத்தை உங்கள் அண்ணா பார்க்க வேண்டும்!*

*(அண்ணு சாஸ்திரிகள் வருகிறார்.)*

***அண்ணு சாஸ்திரி :*** *(ராஜா பாகவதரைப் பார்த்து) உம்மைப் போய் வீட்டில் தேடினேன், (காளிதாசன் பக்கம் திரும்பி) உன்னிடம்...(பிரமித்து) இதெல்லாம் என்ன ! சிவ சிவ ! பாகவதர்வாள், ஏந்திருமையா. மிலேச்சத்தனம் மிதமிஞ்சிப்*

போன வீட்டில் நமக்கு என்ன வேலை? தம்பியாய் இருந்தா லென்ன, யாராய் இருந்தாலென்ன?..என்னவோ நினைத்தேன் இதுவரையில். இவன் உருப்பட மாட்டான். தண்ணியிலே போன சக்கரைதான்....... *(சாவித்திரியைப் பார்த்து)* இதெல்லாம் முத்திப் போச்சு. ஒன் தலை எழுத்து. நாங்கள் என்ன செய்யக்கிடக்கு? *(மற்றவர்களைப் பார்த்து)* வாங்கோ, வாங்கோ.

*(திடீரென்று கிளம்பி வெளியே போகிறார். மற்றவர்களும் பின் தொடர்கிறார்கள்.)*

**காளிதாசன் :** *(வாசல் வரையில் வந்து)* ஒரு வார்த்தை, அண்ணா. ஒரே வார்த்தை.

*(அண்ணு சாஸ்திரிகள் திரும்பிக்கூடப் பார்க்கவில்லை. தெருவார்கள் திடீரென்று நெஞ்சில் கோழை தோன்றி விட்டது போல் காறித் துப்புகிறார்கள். காளிதாசன் வீட்டுக்குள் திரும்பி விடுகிறான்.)*

**காளிதாசன் :** இனித்தான் காளி வெல்வாள். சாவித்திரி, உனக்கு ஜயமாகிவிட்டது. தெருவார்கள் தீர்ப்புச் சொல்லிவிட்டார்கள். போதுமோ, இல்லையோ?

**சாவித்திரி :** இப்பொழுது பேசுவது புரியவில்லை. அதோடே பயமாயிருக்கிறது.

**காளிதாசன் :** அதில் ஒன்றும் 'பிசகில்லை. நம் தேசத் திலேகூட அப்படித்தான். கண் காதுகளால் நன்றாய்க் கவனிப்பது, நன்றாய்ச் சிந்திப்பது, நன்றாய் வாழ்வது - இவைகளெல்லாம் ரொம்பக் குறைவு. இவைகளோடு கூடியிருந்த காலம் நம் நாட்டின் உச்சம். இவைகளில்லாத இந்தக் காலம் தாழ்வுதான். எல்லாமே இப்படியிருக்க, பாவம், நீ என்ன செய்வாய்?

**சாவித்திரி :** அதெல்லாம் போகட்டும். ஒங்க கையில் இருப்பது ஒண்ணும் கெட்ட வஸ்துவில்லை என்றா சொல்கிறீர்கள்?

**காளிதாசன் :** வாங்கிப் பாரேன்.

*(தயக்கத்துடன் சாவித்திரி வாங்கிப் பார்க்கிறாள்.)*

**சாவித்திரி :** *(அசடு வழிய)* இதெல்லாம் என்ன?

**காளிதாசன் :** பள்ளிக்கூடத்தில் உடல் கூற்றுச் சொல்லிக் கொடுப்பதற்கான பொம்மைகள்; மங்களூரிலிருந்து வந்திருக்கின்றன. இது மனித ஹிருதயம். உங்களுக்கெல்லாம் காட்டலாமென்று எடுத்து வந்தேன். மற்றொன்று செம்பஞ்சுச் சாறு. குழந்தை ராஜம்மாள் காலில் தடவிக் கொள்ளட்டுமே என்று கொண்டு வந்தேன். ஆனால் நீ சிவப்பைக் கண்டு திகிலடைந்து அசடாகி விட்டாய். இனிமேல் நீ புதிய சாவித்திரியாகாவிட்டால் உனக்கு இந்த வீட்டில் இனி வேதனைதான் மிஞ்சும்.

**சாவித்திரி :** ஆமாம், நான்தான் அசடுபோல நடந்தேன். வந்தவர்களுக்காவது விஷயத்தை விளங்க வைக்காமல், பெரிய தொல்லையை உண்டாக்கி விட்டீர்களே! இனிமேல் நான் தெருவில் தலைகாட்ட முடியாதே!

**காளிதாசன் :** தெருவார்கள் நுழைந்ததும் சொன்னேன். அது காதில் ஏறவில்லை. ரத்தச் சிவப்பு வர்ணம் உண்டாக்குகிற திகிலை ஆற்றவே முடியாது. ஒரு வார்த்தை என்று அண்ணாவைக் கூப்பிட்டேன். நரகத்திலிருந்து தப்பி ஓடுகிறவனைப் போல் அவர் ஓடிவிட்டார். இன்னும் என்ன செய்ய?

**சாவித்திரி :** அவர் வீட்டுக்குப் போயாவது சொல்ல வேண்டும்.

**காளிதாசன் :** இனிமேல் சொன்னால்கூட நம்ப மாட்டார்கள்.

**சாவித்திரி :** அப்போ, போற வழி? இதிலேயிருந்து பெரிய கஷ்டம் உண்டாகும் போலிருக்கே.

**காளிதாசன் :** காளி போகிற வழியில் கஷ்டம் சுகம் இரண்டும் ஒன்றுதான். உலகப் போக்கில் இரண்டும் உண்டுதான்; மரம்

*மர நிழலைப்போல. பாட்டைசாரி தூங்கி வழியாமல் நடந்தால் பயமில்லை, போ.*

**சாவித்திரி :** *முரட்டுப் பேச்சுத்தான் தெரிகிறது.*

**ஒரு குரல் வாசலிலிருந்து :** *ஐயா, ஐயா!*

**காளிதாசன் :** *யாரது? (வெளியே வந்து) போலீஸ் காரனா? என்ன விசேஷம்?*

**போலீஸ் :** *சப் இன்ஸ்பெக்டர் ஐயா கூட்டிவரச் சொன்னாரு.*

**காளிதாசன் :** *என்னையா ? எதற்காக?*

**போலீஸ் :** *எனக்குத் தெரியாது.*

**காளிதாசன் :** *என்ன பெயர் சொன்னார்?*

**போலீஸ் :** *சந்தேகப்படாதீங்க. உங்களைத்தான்,*

*(சாவித்திரியும் தெருப்புறத்துக்கு வருகிறாள். போலீஸ் காரனைக் கண்டதும் கண் கலங்குகிறாள்.)*

**சாவித்திரி :** *வந்ததா மோசம்?*

**காளிதாசன் :** *சும்மா அலட்டிக்கொள்ளாதே. ஒன்றும் வராது.*

**போலீஸ் :** *வாங்க, நேரமாகிறது.*

**காளிதாசன் :** *சாவித்திரி, சும்மா இரு. சப் இன்ஸ்பெக் டர் கூப்பிட்டாராம். பார்த்துவிட்டு வருகிறேன்.*

*(காளிதாசனும் போலீஸ்காரனும் போகிறார்கள். சாவித்திரி அழுதுகொண்டே உள்ளே போகிறாள்.)*

***[ திரை ]***

## காட்சி 2

**இடம் :** போலீஸ் ஸ்டேஷன்.

**சப் இன்ஸ்பெக்டர் :** ஓய் காளிதாசரே, நீர் போகலாம்.

**காளிதாசன் :** வரச் சொன்னீர்கள்; வந்தேன். ஏதோ நாலு கேள்வி கேட்பதற்காகவா ஓர் இரவு முழுவதும் அடைத்து வைக்க வேண்டும் ?

**சப் இன்ஸ்பெக்டர் :** (இரக்கத்துடன்) உண்மையைச் சொல்லுகிறேன். கேள்வி கேட்பதற்காக ஒரு நாள் அடைத்து வைக்கவில்லை. உம்முடைய வீட்டைப் போய்ச் சோதித்துவிட்டு வந்தோம். அப்பொழுது நீர் வீட்டில் இல்லாமல் இருந்தால்தான் தடையம் அகப்படும் என்ற யோசனை.

**காளிதாசன் :** அது வேறா? என்ன குற்றத்திற்காக இதெல்லாம்?

**சப் இன்ஸ்பெக்டர் :** பெரிய பண்ணையார் வீட்டில் களவு போய் விட்டதாம். உமக்கும் தெருவார்களுக்கும் விரோதமாமே? இக்களவில் உமக்குச் சம்பந்தம் உண்டென்று நம்பத்தகுந்த தகவல் வந்தது.

**காளிதாசன் :** அந்த நம்பத்தகுந்த தகவல் இப்பொழுது என்னவாயிற்று?

**சப் இன்ஸ்பெக்டர் :** உங்கள் வீட்டுச் சோதனைக்குப் பிறகு பொய்யென்று தெரிந்தது. அதுமட்டுமல்ல. களவே பொய்யென்று தோன்றுகிறது. அந்த ஆட்கள் மீது நடவடிக்கை எடுக்கலாம் என்று பார்க்கிறேன்.

**காளிதாசன் :** அதைப்பற்றி எனக்குக் கவலையில்லை. ஒன்று நிச்சயமாய்த் தெரிகிறது: திருடர்களை விடப் பெரிய திருடர்கள்தாம் அவர்கள் மீது குற்றம் சாட்டுவார்கள். இது அனுபவத்தில் கண்ட உண்மை. மற்றொன்று: திருட்டுத்தனத்தை உலகத்தாரே வளர்க்கிறார்கள்.

***சப் இன்ஸ்பெக்டர் :*** எங்களுடைய அனுபவமும் அதுதான். நான் என் கடமைக்காக ஏதோ செய்தேன். ஒண்ணும் மனசிலே வைத்துக் கொள்ள வேண்டாம். போய் வாருங்கள்.

*(காளிதாசன் நிதானமாய் வெளியே நடந்து செல்கிறான்.)*

***[திரை]***

***காட்சி 3***

***இடம் :*** காளிதாசன் வீடு

***சாவித்திரி :*** *(வீட்டுக்குள் காளிதாசன் நுழைவதைக் கண்டதும்)* நீங்கள் போனதும் போலீஸ்காரன்கள் வீட்டை என்னவோ பரிசோதித்தான்கள். எனக்குத் திகிலாயிருந்தது. நமக்கு ஏழரை நாட்டுச் சனியன் என்று யாரோ சொன்னார். அதுதான் இதெல்லாம் போலிருக்கு. இப்போ என்ன ஆச்சு?

***காளிதாசன் :*** ஒன்றும் இல்லை. பெரிய பண்ணையார் வீட்டில் களவு போய்விட்டதென்று சொல்லி என்னை அதில் இந்தத் தெருவார்கள் சிக்கவைக்கப் பார்த் திருக்கிறார்கள். உண்மைக்குத் தோல்வி உண்டா என்ன? சப் இன்ஸ்பெக்டர், திருட்டுப் போனதே பொய் என்று கண்டுபிடித்து விட்டார். ஒரு நாள் போலீஸ் ஸ்டேஷனில் இருந்தது மிச்சம்.

***சாவித்திரி :*** எனக்குத் தெரியுமே; காளியை உபாசித்தால் காராக்கிருகம் என்று! இதோடாவது அதெல்லாம் விட்டுடுங்கோ. உங்க மனசு என்ன ஆகிறது பார்ப்போம். மனசைச் சரிசெய்யப் போய் வீட்டிலே மனவேதனையைக் கொண்டு வந்துட் டேளே. என்னாலே இனிமேல் தாங்க முடியாது.

***காளிதாசன் :*** என்னாலேயும் ஒன்றும் முடியாது. காளி காட்டும் ஒரே வழிதான் உண்டு. நான் வெறும் யந்திரம். ஆட்டி வைக்கிற சக்தி அவள். பன்னிப் பன்னிப் பேசுவதிலே இனிமேல் லாபம் இல்லை.

*(வாசலிலிருந்து ஒரு குரல்.)*

**குரல் :** *சாமி!*

**காளிதாசன் :** *யார்?*

**குரல் :** நான்தானுங்க.

*(ஆள் வேலன் உள்ளே வந்து ஒரு கடுதாசை நீட்டுகிறான்.)*

**வேலன் :** இதை உங்ககிட்டக் குடுக்கச் சொன்னாங்க.

**காளிதாசன் :** *(வாங்கிப் படித்துவிட்டு)* ரொம்ப சரி;

**வேலன் :** பதில் உண்டுங்களா?

**காளிதாசன் :** இல்லை. நல்லதாப் போச்சு என்கிறதுதான் பதில்.

*(வேலன் போகிறான்.)*

**சாவித்திரி :** என்ன நல்லதாப் போச்சு?

நான் வாத்தியாராயிருப்பதில் பையன்கள் கெட்டுப் போய்விடுவார்களாம். நான் தேவை இல்லை என்பது பஞ்சாயத்தார் அபிப்பிராயம், அதுவும் நல்லதாப் போச்சு. வயிற்றுப் பிழைப்புக்காக என் வழியை விட்டு விலக வேண்டிய சந்தர்ப்பங்களும் மறைந்துவிட்டன. இருக்கிறதைக் கொண்டு ஜீவனம் நடத்தலாம். மனசுக்கு இன்பமாவது மிஞ்சும்.

**சாவித்திரி :** *(வெம்பி)* உங்க ஸ்வாமியின் வழி ரொம்ப விசித்திரமாக இருக்கிறது. உடம்பைக் கொன்று விட்டுத்தான் மனத்திற்கு விடுதலை கொடுக்கும் போலிருக்கிறது. காளியைக் கொஞ்சக் கொஞ்ச -

*(பரமஹம்ஸர் வீட்டுக்குள் நுழைகிறார்.)*

**சாவித்திரி :** *(முணுமுணுத்தபடி)* வந்துவிட்டார், பாழும் சுவாமிகள்! சிவனே என்று எல்லாரையும் போல் இருந்தவரைப் பைத்தியமாக்கின பிரபு!

**பரமஹம்ஸர் :** வெல்க காளி!

*(காளிதாசன் நமஸ்காரம் செய்கிறான். சாவித்திரியும் ஒப்புக்கு அரைகுறையாய் நமஸ்காரம் செய்கிறாள்.)*

**பரமஹம்ஸர் :** என்ன காளிதாசா, சௌக்கியமா? சௌக்கியந்தான், காளியின் தயவில். ஊரை விட்டுத் திடீரென்று ஒரு வார்த்தைகூடச்

**காளிதாசன் :** சொல்லாமல் போய்விட்டீர்களே. எப்பொழுது திரும்பி வந்தீர்கள்?

**பரமஹம்ஸர் :** காலையில்தான். வருவதையும் போவதையும் நான் பொருட்படுத்துவதில்லை. காலையில் வந்தேன்; மாலையில் போனாலும் போவேன்; மறு மாசம் போனாலும் போவேன். ஒருவனைப் பிடித்து இழுக்கும் பாசம் இருந்தாலொழியத் திட்டம் இருக்க முடியாது. அதெல்லாம் போகட்டும். இதுவே நமது கடைசிச் சந்திப்பாக இருக்கலாம்.

**காளிதாசன் :** *(கலவரம் அடைந்து)* சுவாமி !

**பரமஹம்ஸர் :** பழைய மனசு, பழைய பயமெல்லாம் இப்பொழுது ஆட்டி வைக்கின்றனவா?

**காளிதாசன் :** ஒன்றும் இல்லை. வானத்தைப் போன்ற தெளிவும் மலைக் காற்றைப் போன்ற சுயேச்சையுமே மனசில் ததும்புகின்றன. நல்ல இன்ப நிலை, சக்தி துள்ளும் போக்கு.

**பரமஹம்ஸர் :** இங்கே நடப்பதெல்லாம் எனக்குத் தெரியும். இன்னும் கொஞ்சம் பாக்கி. அதற்குப் பிறகு, நீ என்ன ஆகிறாய் என்று நீயே தெரிந்துகொள்வாய். உங்கள் கிராமத்திலும் தெரிந்து கொள்வார்கள். காளி வெல்வாள்.

***சாவித்திரி :*** *(மனமுடைந்து கோபமாய்)* சிறைவாசம், கஷ்டம் இவைகளில் பழக்கத்தான் நீங்களும் காளியும் முளைத்தீர்களாக்கும்! உங்கள் உபதேசம் ஒரு குடும்பத்தைப் பாழாக்கி விட்டது.

***பரமஹம்ஸர் :*** அம்மா, கோபிக்காதே. முதலில் இருந்தது போலிருந்தால் காளிதாசன் வெறும் பைத்தியமாகியிருப்பான் - அப்பொழுது இருந்த மன நிலையில். இப்பொழுது காளி அவனை வீரனாக்கியிருக்கிறாள். நீயோ உன் குடும்பமோ கெட்டுவிடாது. நல்வாழ்வு கிடைக்கும். புருஷனை நம்பி நட.

***சாவித்திரி :*** *(புரளியாய்)* ஆமாம், நடக்கிறேன்.

*(கோபத்துடன் வீட்டுக்குள் போகிறாள். காளிதாசனும் பரம ஹம்ஸரும் வீட்டுக்கு வெளியே போகிறார்கள்.).*

***[திரை]***

## *அங்கம் 4*

### *காட்சி 1*

***இடம் :*** *காளிதாசன் வீடு.*

*(காளிதாசன் பாடிக்கொண்டிருக்கிறான். அண்ணு சாஸ்திரிகள் வருகிறார். வந்ததும் பாட்டை நிறுத்திவிட்டு பேசுகிறான்.)*

***காளிதாசன் :*** *வாங்கோ.*

***அண்ணு சாஸ்திரி :*** *ஒரு காரியமாய் வந்தேன். உனக்குத் தெரியுமோ என்னவோ?*

***காளிதாசன் :*** *அதெப்படித் தெரியும்?*

***அண்ணு சாஸ்திரி :*** *மூணு காலமும் தெரிந்தவன் போல வேஷம் போடுகிறாயே!*

***காளிதாசன் :*** *வேஷமா போடுகிறேன்? இல்லையே! என் வழியிலே போகிறேன்.*

***அண்ணு சாஸ்திரி :*** *உன் வழி உயர்ந்ததாகவே இருக்கட்டும். அதற்காக நமக்கும் நம்முடைய குடும்பத்திற்கும் அபகீர்த்தியைத் தேடுகிறதா? ஊரெல்லாம் சிரிக்கிறார்கள். உன் வழியை விட்டால் குடும்பம் பிழைக்கும். இல்லாவிட்டால் அவ்வளவுதான். நான் ஒன்று சொல்லுகிறேன்: அன்றைத்தினம் நீ செய்தது பிசகு என்று ஒப்புக் கொண்டுவிட்டால் கிராமத்தார்கள் மன்னிக்கலாம்.*

***காளிதாசன் :*** *பிசகு செய்திருந்தால் ஒப்புக்கொள்ளத் தயார். ஆனால் பிசகு ஒன்றுமில்லையே.*

*(சாவித்திரி குறுக்கிடுகிறாள்.)*

**சாவித்திரி :** அதிலே பிசகொன்றும் இல்லை. அன்னிக்கு இவா கொண்டுவந்தது வர்ணம் பூசின பொம்மையும் செம்பஞ்சுச் சாறுந்தான். நான்கூட முதலில் என்னவோ நினைச்சேன். பிறகுதான் தெரிஞ்சுது. தெருவார்களும் பதட்டப்பட்டுட்டார்கள். நீங்க தான் அவர்களுக்கெல்லாம் சொல்லணும்.

**அண்ணு சாஸ்திரி :** 'சரிதான்; நீகூடப் பொய் சொல்ல ஆரம்பித்துவிட்டாயா? எங்களையெல்லாம் 'குருட'னாக்கப் பார்க்கிறீர்களா?

**சாவித்திரி :** அப்போ நான்கூடப் பொய் சொல் கிறேனா?

**அண்ணு சாஸ்திரி :** *(கவனிக்காமல்)* என்ன காளிதாசா, ஏதேனும் சமாதானத்துக்கு வழி உண்டா?

**காளிதாசன் :** பஞ்சபூத சாட்சியாய் நான் ஒரு பிசகும் செய்ததாகத் தெரியவில்லை. மகாகாளி விட்ட வழி; அவ்வளவுதான் நான் சொல்வேன்.

**அண்ணு சாஸ்திரி :** கடைசித் தடவையாகக் கேட்கிறேன்: அவ்வளவுதானே?

**காளிதாசன் :** முதலும் கடைசியும் ஒன்றான மகாகாளி சாட்சியாக அவ்வளவுதான்.

*(விருட்டென்று ஒரு வார்த்தையும் மேலே சொல்லாமல் அண்ணு சாஸ்திரிகள் வெளியே போகிறார்.)*

### காட்சி 2

**இடம் :** ஊர்ச் சாவடி

**ஒருவர் :** ஓய் நீங்க வைத்த வத்தி பிடித்துக் கொள்ளவில்லையே ! போலீஸ்காரன் விட்டுவிட்டான். காளிதாசன் நால்மாகாணிமேல் ஈரரைக்கால் போட்டுக்கொண்டு திண்ணையில் உட்கார்ந்திருக் கிறானே.

**மற்றவர் :** இதற்குள் புத்தி வந்திருக்கும். அண்ணு சாஸ்திரிகள்கூட ஆழம் பார்க்கப் போயிருக்கிறார். வந்தால் விஷயம் தெரியும்.

**ஒருவர் :** அவரையெல்லாம் இதில் நம்பப் படாது. என்ன இருந்தாலும் அவர் தம்பிதானே காளிதாசன்? அவ்வளவு லேசில் காட்டிக் கொடுத்து விடுவாரா?

**மூன்றாமவர் :** இதை எல்லாம் யாரையா கேக்கறா? கண்ணுக்கு எதிரே நேத்து முளைத்த பயல் ஜாதிக் கட்டுப்பாடு, மதக் கட்டுப்பாடு, வழக்கம், ஊரார் பேச்சுக்கு மரியாதை, கௌரவம், பயம்- என்ன சொல்றது? - ஒன்றுமே இல்லாமல் கூத்தடிக்கிறான். சும்மாப் பார்த்துக் கொண்டே இருந்தால் நம்ப அக்கிரகாரத்தின் கதி அவ்வளவுதான்.

**மற்றவர் :** மது மாமிசம் வைத்துப் பூஜை செய்வது ஆதிசங்கரர் சொல்லியிருப்பதற்கு விரோதந்தான் ; சந்தேகமில்லை. அதெல்லாம் ஒன்றுமே காளிதாசன் செய்வதில்லையாமே-மூர்த்தி சொல்லுகிறான்.

**மூர்த்தி :** அப்படியே வச்சுக் கொள்ளுங்கள். நீங்களெல்லாம் யாகத்தில் செய்வதென்னவோ தெரியவில்லை. அதுவும் போகட்டும். உயிரைக் கொல்லாத காரியம் நாம் ஏதாவது செய்கிறோமா பாருங்கள். புடலங்காய், கத்திரிக்காய்க் கெல்லாம் உயிரில்லைன்னு வேதத்திலே சொல்லியிருக்கா ? இதை யெல்லாம் திங்காத பேர் காளிதாசனைப் பத்திச் சொன்னால் ஒப்புக்கொள்ளலாம். எண்ணெய்ச்சட்டி வெந்நீர்ப் பானையைப் பழிக்கிறாப்போல இருக்கு உங்கள் பேச்சு.

(அண்ணு சாஸ்திரி வருகிறார்.)

**மூன்றாமவர் :** (பதற்றமாய்) காயா, பழமா?

**அண்ணு சாஸ்திரி :** ஏ அப்பா! அவன் பூமியிலே இருக் கிறாப் போலவே பேசக் காணோம். சந்திர சூரியர்கள், பிசகு செய்தாலும் தான் செய்யமாட்டான் போல் பேசுகிறான்.

அத்தோடு நாமெல்லாம் காமாலைக் கண்ணர்களென்று தோன்றும்படி பேசுகிறான்.

**இரண்டாமவர் :** நான்தான் சொன்னேனே. நாய்வாலை நேராக்கினாலும் அவனை நேராக்க முடியாது. நல்ல வழியிலே அவன் காளிவெறியைத் திருத்த முடியாது.

**மூன்றாமவர் :** அப்பொ,வேறென்ன வழி?

**அண்ணு சாஸ்திரி :** நீங்க யோசனை செய்யுங்கோ. கொஞ்சம் காரியம் இருக்கிறது. பார்த்துவிட்டு வருகிறேன்.

**ஒருவர் :** என்ன இருந்தாலும் நீங்க அவன் அண்ணாதானே? முழுதும் எங்களோடு சேரமுடியுமா?

**அண்ணு சாஸ்திரி :** அதெல்லாம் இல்லை. ஒரு அவசர காரியம். இதோ வந்துவிடுகிறேன்.

(அண்ணு சாஸ்திரி போகிறார்.)

**ஒருவர் :** அண்ணா விஷயம் புரிந்ததா? இனிமேல் இரண்டிலொன்று செய்தாக வேண்டும்.

**மூன்றாமவர் :** ஒன்று அவன் ஊரை விட்டு ஓடவேண் டும், அல்லது நாம் ஓட வேண்டும்.

**இரண்டாமவர் :** ஓடுவதென்றால் நாம் ஓடலாம். அவனை எப்படி ஓடவைப்பது?

**ஒருவர் :** வழி உண்டு.

**மூன்றாமவர் :** அப்படித்தான் செய்யேன்.

**ஒருவர் :** வியாழக்கிழமை வெள்ளி முளைக்கிற பொழுது பாருங்கள்,தெரியும்.

### *காட்சி 3*

***இடம் :*** *குளக்கரை. காலைநேரம்.*

*(காளிதாசன் பல் விளக்கிக்கொண் டிருக்கிறான்.)*

***வேலன் :*** *சாமி ! சாமி!!*

***காளிதாசன் :*** *என்னப்பா? சௌக்கியமா? கண்ணிலேயே காணோமே?*

***வேலன் :*** *எல்லாம் சௌக்கியந்தானுங்க. ஒரு வார்த்தை சொல்லணும்னுதான் வந்தேன். கோவிச்சுக்கப்படாது.*

***காளிதாசன் :*** *சும்மா சொல்லு.*

***வேலன் :*** *இனிமே இந்த ஊரிலே இருந்தால் ஓங்களுக்குக் கஷ்டந்தான்.*

***காளிதாசன் :*** *என்ன கஷ்டம்? அப்படிக் கஷ்டம்னு ஒண்ணு இருக்கா?*

***வேலன் :*** *ஓங்களுக்குத் தெரியாதுங்க. காளி கீளின்னு என்னமோ செய்யுறீங்களல்ல ? அதனாலே தான் வினை. கிராமத்திலே இருக்கிறதுன்னா அந்த வழக்கத்தை விட்டுவிட வேணும்.*

***காளிதாசன் :*** *எதை ?*

***வேலன் :*** *மாமிஷம் கீமிஷம் வச்சுப் படைக்கறதை. இல்லாட்டி டவுனுக்குப் போயிடணும். யாரும் வம்புக்கு அங்கே வரமாட்டாங்க.*

***காளிதாசன் :*** *அந்த மாதிரி ஒண்ணும் செய்யல்லியே?*

***வேலன் :*** *ஓங்க பேச்சைத்தான் யாரும் நம்பலீங் களே. ஓங்களுக்குப் புத்தி வரத்துக்காக முதல்லே வேலையை விட்டுத் தள்ளினாங்களாம். அப்பவும் நீங்க திருந்தல்லியாம்.*

போனது போகட்டும். நீங்களும் பிள்ளை குட்டிக்காரங்க; நானும் பிள்ளை குட்டிக் காரன். சொல்றதைக் கேளுங்க. டவுனுக்குப் போயிருங்க. அதுதான் நல்லது. என்னென்னவோ அவுங்க யோசிக்கறாங்க; காதிலே விழுது.

**காளிதாசன் :** நீ சொல்றது சரி. என் வீட்டை என்ன செய்கிறது? ஒரு யோசனை சொல்லு.

*(வேலன் தலையைச் சொறிந்துகொண்டு யோசிக்கிறான். கொஞ்ச தூரத்திலிருந்து யாரோ பிச்சைக்காரன் பாட்டுக் கேட்கிறது: "வெட்ட வெளிதன்னை மெய்யென் றிருப்போர்க்குப், பட்டய மேதுக்கடி - குதம்பாய் - பட்டய மேதுக்கடி.")*

**வேலன் :** ஒண்ணு தோணுதுங்க. நான் பார்த்துக்கறேன்.

**காளிதாசன் :** நல்ல யோசனைதான். எனக்கும் ஒரு யோசனை தோணியிருக்கு. அந்தப் பிச்சைக்காரன் பாட்டைக் கேட்டியா?

**வேலன் :** நான் கவனிக்கல்லீங்க. அது போகட்டும். நான் சொன்னபடி ஏதானும் செய்யுங்க. பொழைக் கலாம்.

**காளிதாசன் :** அப்படியே செய்யறேன், போ.

***[திரை]***

## *காட்சி 4*

**இடம் :** காளிதாசன் வீடு. நேரம்--இரவு மணி பதினொன்று.

*(குஞ்சிதபாதம் படுத்துக் கொண் டிருக்கிறான். காளிதாசன் பக்கத்தில் உட்கார்ந்திருக்கிறான். சாவித்திரி தூங்குகிறாள்.)*

**காளிதாசன் :** *ஏண்டா! இவ்வளவு கதை சொல்லியுமா தூக்கம் வரவில்லை?*

***குஞ்சிதபாதம் :*** *இல்லை அப்பா; என்னவோ சொக்கப் பானை இன்னியே, எப்போ வரும்?*

***காளிதாசன் :*** *கார்த்திகை மாதம்?*

***குஞ்சிதபாதம் :*** *கார்த்திகை எப்போ வரும்?*

***காளிதாசன் :*** *என்னடா தொல்லை!*

***குஞ்சிதபாதம் :*** *எப்போ? சொன்னாத்தான்.*

***காளிதாசன் :*** *நாளைக்கு.*

***குஞ்சிதபாதம் :*** *நாளைக்கா? ராத்திரி தூங்கினப்பறம். (கைகொட்டுகிறான்) நான் சொக்கப்பானை நாளைக்குப் பாப்பேனே. "சொக்கப்பானை நாளைக்குப் பாப்பேனே" என்று இரண்டு மூன்று தடவை சொல்லிக்கொண்டே குஞ்சிதபாதம் தூங்கிவிடுகிறான். காளிதாசன் படுத்துக்கொள்கிறான். சில மணிகள் ஆகின்றன.)*

***குஞ்சிதபாதம் :*** *(திடீரென்று எழுந்து அப்பாவை எழுப்பு கிறான்.) அப்பா, சொக்கப்பானை வந்தூடுத்து. இதோ பாரு.*

*(காளிதாசனும் சாவித்திரியும் திடுக்கிட்டு எழுந்திருக்கிறார்கள். வீட்டின் கூரை புகைந்து எரிந்துகொண் டிருக்கிறது.)*

***சாவித்திரி :*** *ஐயோ காளி! வயிற்றிலும் வீட்டிலுமா நெருப்பை வைப்பாய்? ஆ!*

*(மூர்ச்சை அடைகிறாள். தெளிந்தவுடன் வீட்டுச் சாமான்களை அப்புறப்படுத்தப் பார்க்கிறாள்.)*

***காளிதாசன் :*** *சாவித்திரி ! அதையெல்லாம் விடு. குழந்தையை எடுத்துக் கொண்டு கிளம்பு, வெளியே.*

***சாவித்திரி :*** *ஒங்க பூஜையின் பலனைப் பார்த்தேளா?*

**காளிதாசன் :** உளறாதே. அடுத்த ஊருக்குப் போனப் புறம் பலன் தெரியும்.

*(எல்லோரும் வெளியே வருகிறார்கள். தெருக்கோடியில் சிலர் ஸ்நானத்திற்குச் சென்று கொண்டிருக்கிறார்கள். நெருப்பைப் பார்த்துங் கூட ஒருவரும் அணுகவில்லை.)*

**காளிதாசன் :** சாவித்திரி, வீடென்ற பந்தம் ஒன்று இருந்தது. இத்துடன் அதுவும் ஒழிந்தது. இனி உலகமே நமது வீடு. அதோ பார் கிழக்கே; இருட்டை வெட்டி வீழ்த்தும் காளியின் கத்தியைப் பார். அவள் காப்பாற்றுவாள்.

*("வெட்ட வெளிதன்னை மெய்யென் றிருப்போர்க்குப் பட்டயம் ஏதுக்கடி - குதம்பாய்! பட்டயம் ஏதுக்கடி?" என்று பாடிக்கொண்டே காளிதாசன் உதய திக்கை நோக்கிச் செல்கிறான். மௌனமாகக் குழந்தையுடன் சாவித்திரியும் பின் தொடர்கிறாள்.)*

***[ திரை ]***

**முற்றும்.**

★ ★ ★

9 788168 632356

Printed at Repro India Ltd.